Độc lập – Tự do – Hạnh
Independence – Freedom – Happ

MW00885165

MY FIRST
VIETNAMESE BOOK

VIETNAMESE-ENGLISH BOOK
FOR BILINGUAL CHILDREN

Vietnamese Tones

In Vietnamese, we have six special ways to say words.
These special ways are called "tones." Let's learn about them!

No Tone
(Thanh Ngang)

Imagine saying a word just like you always do. It's like saying "ma" without any special way.

Falling Down Tone
(Thanh Huyền)

This one is like when you say "uhm" in English, like when you agree with something, but you also make your voice go down a little. Try saying "mà".

Rising Up Tone
(Thanh Sắc):

When you say this tone, it's like when you quickly say "What???" in English and make your voice go up high. Try saying"má".

Asking Tone
(Thanh Hỏi)

It's like saying "really?" but much faster. Imagine asking a question and saying "mả".

Broken Tone
(Thanh Ngã)

Pretend someone tickled your belly while you were talking, and your voice broke. That's how this tone sounds. Try saying "mã".

Heavy Tone
(Thanh Nặng)

This one is like speaking with a very deep and heavy voice. Say "mạ" in a strong, low voice.

Now you know the six magical Vietnamese tones.
Practice them, and you'll sound like a pro!

Alphabet Sounds

A [a]	Ă [a] short	Â [a] short and sharp	B [b]	C [c]	D [z/y]
Đ [d]	E [e]	Ê [e] short	G [gh]	Gi [zi\y]	H [h]
I [ee]	K [k]	Kh [h]	L [l]	M [m]	N [n]
Ng [ng]	Nh [ny]	O [o]	Ô [o] short	Ơ [o] hard	P [p]
Ph [f]	Qu [ku]	R [z\r]	S [s]	T [t]	Th [t] aspirated
Tr [ch]	U [oo]	Ư [ugh] unique	V [v\y]	X [s]	Y [i]

Bảng chữ cái tiếng Việt

A
anh hùng
[anh hùng] · hero

Ă
ăn
[an] · to eat

Â
quả mận
[kwảh mạnh] · plum

Đ
đèn
[dèn] · lamp

E
em bé
[em bé] · baby

Ê
con ếch
[kon ék] · frog

K
kem
[kem] · ice-cream

L
lá cây
[lá kah-i] · leaf

M
mây
[mahy] · cloud

Ơ
quả bơ
[kwảh bogh] · avocado

P
pin
[pin] · battery

Q
quà tặng
[kwảh tạng] · gift

U
uống
[uóng] · to drink

Ư
chim ưng
[chim ugh-ng] · eagle

V
váy
[váee] · skirt

4

Vietnamese Alphabet

B
bóng bay
[bóng bay] · balloon

C
cây
[kahy] · tree

D
dưa hấu
[zugh-a háu] · watermelon

G
gạch
[gạk] · brick

H
hoa hồng
[hoa hòh-ng] · rose

I
im lặng
[im lạng] · silent

N
nhà
[nhà] · house

O
con ong
[kon ong] · bee

Ô
ô
[oh] · umbrella

R
rác
[zák] · trash

S
sách
[sák] · book

T
túi
[túi] · bag

X
xe hơi
[xe ho-ee] · car

Y
yến
[ee-én] · bird's nest

5

Những biểu tượng của Việt Nam
[ni-u-ng biểu ty-ong kủa Việt Nam]

nón lá
[nón lá] • Vietnamese hat

cây tre
[kay che] • bamboo

con rùa
[kon zùa] • turtle

hoa sen
[hoa sen] • lotus

cơm
[kohm] • rice

Symbols of Vietnam

rồng
[zòhng] · dragon

cờ của Việt Nam
[kòh kủa Việt Nam] · flag of Vietnam

cái quạt
[kái kwạt] · fan

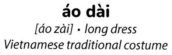

áo dài
[áo zài] · long dress
Vietnamese traditional costume

bản đồ Việt Nam
[bản dòh Việt Nam] · map of Vietnam

Thú hoang [thú hwahng]

hươu cao cổ
[hew-ow kao kỏ] · giraffe

voi
[voi] · elephant

con khỉ
[kon (k)hỉ] · monkey

sư tử
[sue tửe] · lion

con hổ
[kon hỏh] · tiger

con hà mã
[kon hà ma-a] · hippo

Wild animals

gấu
[gáhw] · bear

con cú
[kon kú] · owl

nai
[nai] · deer

cáo
[káo] · fox

con nhím
[kon nhím] · hedgehog

chó sói
[chó sói] · wolf

con sóc
[kon sók] · squirrel

con cá sấu
[kon ká sáu] · alligator

Thú nuôi

cừu
[kù-u] · sheep

gà trống
[gàh tráwng] · rooster

con gà mái
[kon gà mái] · hen

con ong
[kon ong] · bee

dê
[zeh] · goat

thỏ
[thỏ] · rabbit

gà tây
[gàh tai] · turkey

bò
[bòh] · cow

Domestic animals

mèo
[mèo] · cat

ngỗng
[ngo-ong] · goose

ngựa
[ngọo-a] · horse

chó
[chó] · dog

vịt
[vẹt] · duck

chuột
[chuọht] · mouse

lợn
[lọn] · pig

con lừa
[kon lù-a] · donkey

Những trái cây | Fruits

[ni-u-ng chái kay]

quả táo
[kwảh táh-oh] · apple

quả chuối
[kwảh chuó-i] · banana

quả dứa
[kwảh zóo-a] · pineapple

quả mơ
[kwảh moh] · apricot

quả mận
[kwảh mạhn] · plum

quả lê
[kwảh leh] · pear

quả cam
[kwảh kam] · orange

quả chanh
[kwảh chanh] · lemon

Những quả mọng |
[i-u-ng kwảh mọhng]

quả dâu tây
[kwảh zaow taii] · strawberry

quả dưa hấu
[kwảh zoo-a há-oo]
watermelon

quả nho
[kwảh nho] · grape

quả anh đào
[kwảh anh dài-oh] · cherry

quả việt quất
[kwảh việt kwát] · blueberry

mâm xôi đỏ
[mam soy dỏh] · raspberry

quả lựu
[kwảh lụ-u] · pomengrate

quả kiwi
[kwảh kee-wee] · kiwi

Những rau củ
[ni-u-ng zau kỏo]

cần tây
[kàhn tahy] · celery

củ hành
[kỏo hàhn] · onion

ngô
[ngoh] · corn

cải bắp
[kải báp] · cabbage

cà tím
[kà tím] · eggplant

ớt chuông
[ót chuong] · bell pepper

cà rốt
[kàh róht] · carrot

14

Vegetables

bông cải xanh
[bohng kải sahn] · broccoli

tỏi
[toy] · garlic

cà chua
[kàh chua] · tomato

cả cải đường
[kả kải duòng] · root

dưa chuột
[zugh-a chuọt] · cucumber

quả bí ngô
[kwảh bí ngo] · pumpkin

khoai tây
[khoai tay] · potato

súp lơ
[súp lò] · cauliflower

Đồ ăn

phở
[phổh] · pho
(Vietnamese soup)

bánh mì
[bánh mì] · banh mi
(Vietnamese sandwich)

bún chả
[bún chả] · bun cha
(Vietnamese pork and noodles)

mì ý và thịt viên
[mì ée và thịt vien] · spaghetti and meatballs

trứng chiên
[choong chien] · fried eggs

canh
[kanh] · soup

pizza
[pizza] · pizza

bánh mì sandwich
[bánh mì sandwich] · sandwich

xa lát
[sa lát] · salad

sữa
[sy-a] · milk

nước ép
[nú-ok ép] · juice

nước
[ny-ok] · water

kem
[kem] · ice cream

bánh quy
[bánh quee] · cookie

bánh nướng xốp
[bánh niyóung sóp] · muffin

bánh ngọt
[bánh ngọt] · cake

bánh
[bánh] · pie

bánh pancake
[bánh pancake] · pancakes

Những số đếm

[ni-u-ng só dém]

1	**2**	**3**	**4**	**5**

một	**hai**	**ba**	**bốn**	**năm**
[mọt] · one	[hai] · two	[ba] · three	[bóhn] · four	[nahm] · five

Numbers

sáu
[sáw] · six

bảy
[bày] · seven

tám
[táhm] · eight

chín
[chéen] · nine

mười
[mù-oi] · ten

Những màu sắc
[ni-u-ng màu sák]

màu đỏ
[màu dỏ] · red

màu vàng
[màu vàng] · yellow

màu xanh da trời
[màu sahn za choi] · blue

màu xanh lá cây
[màu sahn lá kaee] · green

màu hồng
[màu hòng] · pink

màu tím
[màu tím] · purple

Colors

màu nâu
[màu nau] · brown

màu cam
[màu kam] · orange

đen
[den] · black

trắng
[cháng] · white

màu vàng
[màu vàng] · golden

màu bạc
[màu bạk] · silver

Những hình dạng | Shapes
[ni-u-ng hèenh zạng]

hình tròn

[heènh chòn] · circle

hình vuông

[heènh vuong] · square

hình tam giác

[heènh tam zák] · triangle

hình chữ nhật

[heènh choo-u nhạt] · rectangle

hình thoi

[heènh thoi] · rhombus

hình trái tim

[heènh chái tim] · heart

22

Hướng
[hý-ong]

hướng lên
[hoo-ong len] · up

xuống
[suóng] · down

bên trong
[ben chong] · inside

bên phải
[ben fải] · right

bên trái
[ben chái] · left

ngoài
[ngoài] · outside

Các mùa

mùa xuân
[mùa suahn] · spring

mùa hạ
[mùa hạh] · summer

mùa thu
[mùa t-hu] · autumn

mùa đông
[mùa dohng] · winter

Thời tiết

nóng
[nóng] • hot

lạnh lẽo
[lạnh le-eo] • cold

cầu vồng
[kàu vòng] • rainbow

cơn mưa
[kon mugha] • rain

đám mây
[dám maee] • cloud

bão
[ba-ao] • storm

Quần áo [kuàn áo]

áo thun
[áo thun] · t-shirt

quần dùi
[kuàn zùi] · shorts

đầm
[dàhm] · dress

kính râm
[kính zam] · sunglasses

quần
[kuàn] · pants

giày thể thao
[zàee t-hẻ t-hảo] · sneakers

mũ
[mu-u] · hat

Clothing

áo len
[áo len] · sweater

chân váy
[chan váee] · skirt

cái túi
[kái túi] · bag

áo khoác
[áo khóak] · coat

giày bốt
[zàee bót] · boots

ô
[oh] · umbrella

vớ
[vó] · socks

Ngôi nhà của tôi
[ngoi nhà kủ-a toi]

Nhà bếp [nyà béhp] · kitchen

đĩa
[di-ia] · plate

cốc
[kók] · cup

thìa
[thèe-a] · spoon

nĩa
[ni-ia] · fork

bình trà
[bình chàh] · teapot

nồi hầm xương
[nòi hàm su-ong] · stock pot

Phòng trẻ em [fòng chẻh em] · nursery

cái nôi
[kái noi] · crib

khối xếp hình
[khói sép hình] · blocks

búp bê
[boóp beh] · doll

vòng xếp chồng
[vòhng sép chòhng]
stacking rings

My House

Phòng tắm [fòng táhm] · bathroom

bồn tắm
[bòhn táhm] · bathtub

bàn chải đánh răng
[bàn chải dáhn zahng]
toothbrush

khăn tắm
[khan táhm] · towel

bồn rửa mặt
[bòhn zủ-a mạt] · sink

Phòng khách [fòng khák] · living room

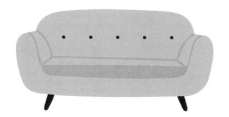

đi văng
[dee vahng] · couch

ghế bành
[ghéh bành] · armchair

đèn
[dèhn] · lamp

tivi
[ti-vi] · tv

Mặt

[mạt] *(short a)*
Face

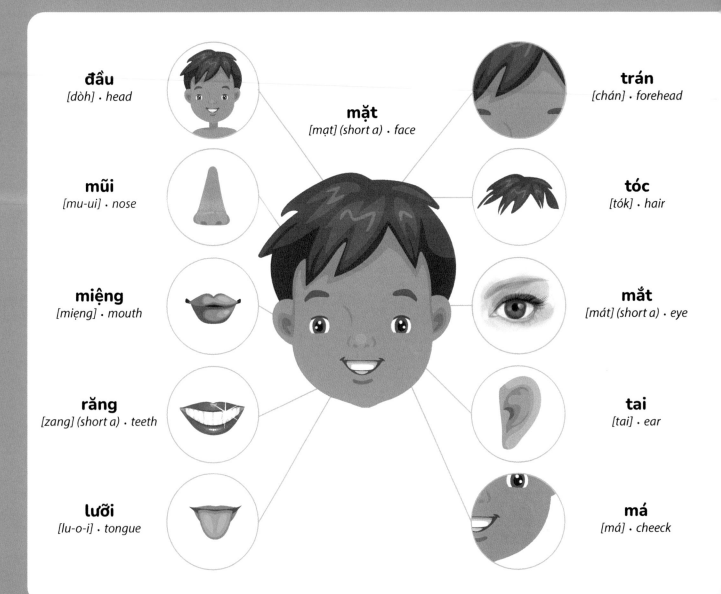

đầu
[dòh] · head

mặt
[mạt] (short a) · face

trán
[chán] · forehead

mũi
[mu-ui] · nose

tóc
[tók] · hair

miệng
[miệng] · mouth

mắt
[mát] (short a) · eye

răng
[zang] (short a) · teeth

tai
[tai] · ear

lưỡi
[lu-o-i] · tongue

má
[má] · cheeck

Cơ thể

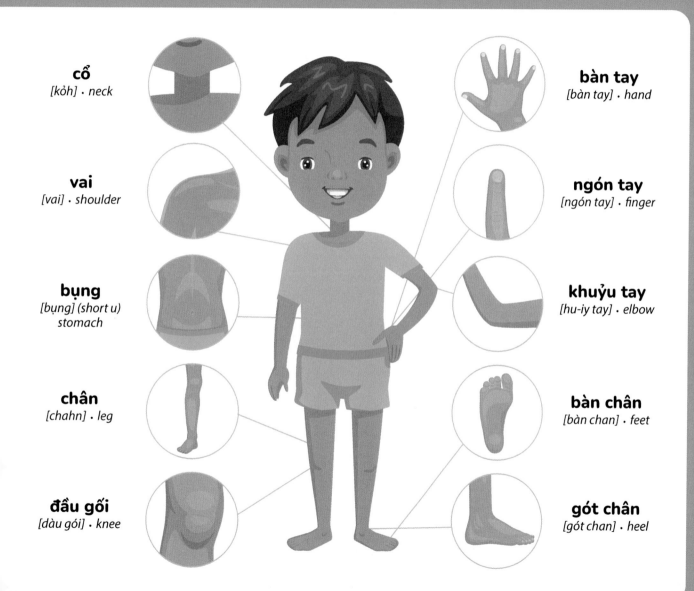

cổ
[kỏh] · neck

vai
[vai] · shoulder

bụng
[bụng] (short u)
stomach

chân
[chahn] · leg

đầu gối
[dàu gói] · knee

bàn tay
[bàn tay] · hand

ngón tay
[ngón tay] · finger

khuỷu tay
[hu-iy tay] · elbow

bàn chân
[bàn chan] · feet

gót chân
[gót chan] · heel

Phương tiện vận chuyển

[fu-ong tiện vạn chuyển]

Transportation

máy bay
[máy bay] · airplane

máy bay trực thăng
[máy bay chục thang] · helicopter

khinh khí cầu
[khinh khí kàu]
hot air balloon

đèn giao thông
[dèn zao thohng]
traffic light

xe hơi
[se ho-ee] · car

xe tải
[se tải] · truck

xe đạp
[se dạp] · bike

xe máy
[se máy] · motorcycle

xe cứu hỏa
[xe kú-u hỏa] · fire truck

xe buýt
[se bu-ít] · bus

xe cấp cứu
[se káp kú-u] · ambulance

xe lửa
[se lủ-a] · train

Những âm thanh động vật

[ni-u-ng am thanh dọng vạt]

Mèo
kêu:
Meo meo
[meo meo]

Cat meows "Meow"

Chó
sủa:
Gâu gâu
[gau gau]

Dog barks "Woof"

Ếch
kêu:
Ồm ộp
[òhm ọhp]

Frog croaks "Ribbit"

Gà trống
gáy:
Ò ó o
[ò ó o]

Rooster crows "Cock-A-Doodle-Doo"

Ngỗng
kêu:
Quác quác
[kwáhk kwáhk]

Goose honks "Honk"

Vịt
kêu:
Quạc quạc
[kwạhk kwạhk]

Duck quacks "Quack"

Animal Sounds

Bò
kêu:
Ụm bò ò ò
[ụhm bò ò ò]

Cow moos "Mooo"

Ngựa
hí:
Hí hí í
[hée ée ée]

Horse whinnies "Neigh"

Lợn
khịt mũi
Ụt ịt
[ụt ẹet]

Pig snorts "Oink-oink"

Dê
kêu:
Be ee
[beh eh eh]

Goat bleats "Baa"

Lừa
kêu:
Hee-haw
[hee-haw]

Donkey brays "Hee-haw"

Ong
vo ve:
Vo ve
[vo ve]

Bee buzzes "Buzz"

Những động từ cơ bản
[ni-u-ng dọng tù ko bản]

đi bộ
[di bọ] · to walk

chơi
[choi] · to play

ngủ
[ngủ] · to sleep

nhảy
[nhảy] · to jump

ngồi
[ngòi] · to sit

Basic verbs

học
[họk] · to study

nghe
[nghe] · to listen

uống
[uóng] · to drink

xây dựng
[sai zụng] · to build

cho
[cho] · to give

Những từ trái nghĩa
[ni-u-ng tù chái nghi-a]

lớn   **nhỏ**
[lón] · big   [nhỏ] · small

sạch   **bẩn**
[sạk] · clean   [bảhn] · dirty

nóng   **lạnh**
[nóng] · hot   [lạnh] · cold

ngày   **đêm**
[ngày] · day   [dehm] · night

Opposites

cao
[kao] · tall

thấp
[tháp] · short

mở
[mủh] · opened

đóng
[dóng] · closed

chậm
[chạm] · slow

nhanh
[nhanh] · fast

đầy
[dàh-y] · full

trống
[tráwng] · empty

RAISING BILINGUAL CHILDREN

VIETNAMESE-ENGLISH BOOK SERIES

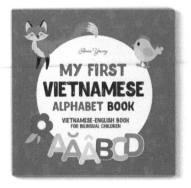

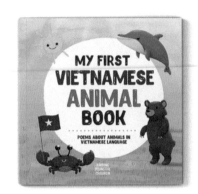

bilingual_kids_edu

| 24 Posts | 214 Followers | 248 Following |

Raising Bilingual Children
- Educational books for bilingual children
- Self-published author @annayoung1
- 40 plus languages
- Popularizing multi-language parenting

raisingbilingualchildren.com

Follow us on Instagram
@bilingual_kids_edu

Available at **amazon**

Questions?
E-mail hello@ Raising Bilingual Children.com

Made in the USA
Las Vegas, NV
05 December 2023

82083309R00026